அவளென்னும் அதிசயம்

பதிப்பகம்

Avalennum athisayam

Edited by Santheep Kumar

 Special credits to Dr.Niveditha and Dr.Nitin Chopra.

ISBN (Paperback) - 9789390724246

First Edition : 2021

Book Design by POETRY WORLD

அவளென்னும் அதிசயம்

தலைமை தொகுப்பாளர்

திருமதி. சி. பார்கவி சிவப்பிரகாஷ்

தொகுப்பாளர்

சந்தீப் குமார்

அவளென்னும் அதிசயம்

அவள். இப்புவியில் அவதரிக்கும் ஒவ்வொரு உயிருக்கும், ஜனனம் துவங்கி மரணம் வரையிலான காலச்சுழற்சியின் ஒவ்வொரு காலகட்டத்திலும், அந்த உயிரின் சிறப்பான வாழ்தலுக்காய், தன்னால் இயன்றளவிலான முயற்சிகளை தொடர்ச்சியாய்ப் புரிந்து வருபவள். உயிர்களை உலகுக்குக் கொண்டு வருபவள். இந்தப் புவியில் உயிர்களைச் செழிக்கச் செய்திடுபவளும் அவளே.

அவளென்பது ஒரு மென்மை. அவளென்பது ஒரு மகிழ்வு. அவளென்பது ஒரு சுகம். அவளென்பது ஒரு துணை.

இன்பமும் அவள். துன்பமும் அவள். நம்மின் இருள் நீக்கி நம்மை ஒளிரச் செய்பவள் அவள். பெரும்பாலும் நம் வாழ்வு அவளைச் சார்ந்ததாயே அமைந்திருக்கும். நேரிடையாயோ அல்லது மறைமுகமாயோ. ஆனால் அவள்களின் பங்களிப்பில்லாததான ஒரு வாழ்வையோ, ஒரு உயிரையோ இந்தப் புவியதனில் காட்டிடுவது பெருஞ்சிரமம். அந்த அவள்கள் யாராய் வேண்டிடுமானாலும் இருந்திடலாம். அறிமுகமுள்ளவளாயோ, இல்லாதவளாயோ, தாயாயோ,

சேயாயோ, தமக்கையாயோ, காதலியாயோ, தோழியாயோ அல்லது நாம் பெரிதும் விரும்பிடுவதான ஏதோவொன்றாயோ.

இப்படியாய் நம் வாழ்வில் பிரித்திட முடியாத வகையில் நம்மோடு ஒன்றிட்டவள்களாய் மாறிப்போயிருக்கும் அவள்கள் என்றுமே நம்மை வியந்திட வைக்கும், நாம் கொண்டாடித் தீர்த்திட வேண்டிய ஒரு பேரதிசயம். அப்படியான ஒரு கொண்டாட்டமே "அவளென்னும் அதிசயம்".

நம் வாழ்வினை மிக அழகானதாய் மாற்றியமைத்துக் கொண்டிருக்கும் அனைத்து அவள்களுக்குமாக இது சமர்ப்பணம்.

தலைமை தொகுப்பாளர்

இவள் திருமதி.பார்கவி சிவபிரகாஷ், மஞ்சள் மாநகரமான ஈரோட்டை சேர்ந்தவள். இவள் புனைப்பெயர் "கவியின் கவிதை". கணிதவியல் முதுகலை பட்டம் முடித்தவள். இன்று தன் கனவுகளை முழு மனதோடு ஆர்வமாய் பின் தொடர்கிறாள்.

தனது இன்ஸ்டாகிராம் பக்கத்தில் *(@kaviyinkavithai)* ஏறத்தாழ 2500க்கும் மேற்பட்ட குறுங்கவிதைகள், நீள்கவிதைகள் பல புனைந்துள்ளார். *Spectrum of thoughts*ல் இணை எழுத்தாளராகவும், தன் முதல் கவிதை திரட்டான "*Enticement of fondness*/காதலின் தாகங்கள்" தொகுத்துள்ளார். இப்பொழுது *Poetry World Organisation*ல் தலைமை தொகுப்பாளராய் பல கவிதை திரட்டினை வழங்கி வருகிறார்.

அவள் எனும் பார்வை

அவள் என்றால் இன்னும் சிலரால்
சிலருக்குள் அந்த
தவறான புருவச்சுருக்கம்
மாறுவதில்லை தான்...

கேலி கூத்திற்கும்
மோக பார்வைக்கும்
அலட்சிய விலகலுக்கும்
எங்கோ அவள் மட்டும்
இன்னும் ஆட்கொள்கிறாள்...

மாறிய அவள் உடல் மாற்றத்தின்
நடுவே இருக்கும்
அவள் உள்ள மாறுதலை
ஓர் நிமிடம் எண்ணிப் பாருங்கள்...

அவள் அதிசயத்திற்கும்
மேற்பட்ட அழகான பெண்மணி தான்...
தெய்வத்தின் அரு உருவம்
அவள் என்பதை அறிவீர்,
ஆதலாலே அவள்
திருநங்கையாய்
அழைக்கப்படுகிறாள்...

\- கவியின் கவிதை

தொகுப்பாளர்

சந்தீப் குமார். உயிரிதொழில்நுட்ப பட்டதாரியான இவர் கேரள மாநிலம் கொல்லத்தை பூர்வீகமாக கொண்டவர். தற்போது குடும்பத்தினருடன் சேலத்தில் வசித்து வரும் இவர் தமிழின்பால் கொண்டுள்ள தீராப் பற்றின்பால் பல்வேறு கதை கவிதை கட்டுரைகள் படைத்து வருகிறார். *@sandyskirukkalgal* என்னும் படவரி முகவரியில் கவிதைகளை எழுதி வருகிறார். இவரின் முதல் புத்தகமான "காதல் ஒன்றும் கடினமில்லை" என்னும் கட்டுரைத்தொகுப்பு ஜனவரி மாதம் வெளியிடப்பட்டு இருக்கிறது.

அவள்கள்!

அதிசயங்களிலேதும் பெரிதான நம்பிக்கை

கொண்டிராதவள்கள்...!!

அதிசயங்கள் தானாய் நிகழ்ந்திடுபவைகளல்ல என்பதில்

தீர்க்கமாயிருப்பவள்கள்...!!

தனக்கும் தன் பிரியங்களுக்கும் தன்

பிரியமானவர்களுக்குமான

அதிசயமாய்த் தானே இருந்திடப் போவதைக்

குறித்தான அறிதல் துளியும்

இல்லாதவள்கள்...!!

தன் சார்ந்தோர் ஆசைகளைத் தீர்த்து வைக்கத்

தெரிந்தவள்கள்...!!

தன் சுயவாழ்வின் தேவைகளை தள்ளி வைக்கத்

துணிந்தவள்கள்...!!

தன் வாழ்தல் குறித்தான தெரிவுகளை நன்குப் புரிந்துத்

தெளிந்தவள்கள்...!!

நமக்கான வாழ்தலை அசராமல் அளிப்பவள்கள்

அத்தகையதானவள்கள்...!!

அவள்கள் தான் வீழ்ந்துக் கிடந்த நம்மைத் தாங்கித்

திரிபவள்கள்...!!

நமக்கான உந்துதல்களாய் நம் மகிழ்வை மட்டும்

ஏங்கித் திரிபவள்கள்...!!

தனக்கான வாழ்வதனையும் நமக்காய் அளித்துவிட்டு
நம்மை ஒளிரவிட்டு
எரிந்துத் தீர்க்கும் திரியவள்கள்...!!
தன்னைக் குறித்தென்றும் பெருமிதங்கள்
கொள்ளாதவள்கள்...!!
நம் சிறு பெருமைகளையும் கூட பெரிதாய்க்
கொண்டாடிடுபவள்கள்...!!
ஓர் ஆயுளுக்குமான நம்பிக்கை அவள் தானென
அறிந்திருக்காதவள்கள்...!!
தியாகங்களாய் நாம் கருதியிருப்பவைகளைக் கூட
அலட்டாமல்
கடமையாய்ச் செய்து முடித்திடும் காரியக்காரிகள்...!!
பூமி சுழன்றிடவும் உயிர்கள் வாழ்ந்திடவும் காரணமான
அன்புக்காரிகள்...!!
அதிசயமே வியந்து நோக்கும் அதிசயக்காரிகள்
அவள்கள்...!!

- **சந்தீப் குமார்**

உள்ளடக்கம்

அவள்

அலைகள் அலைப்பாயுதே ஓயாமல்
வீழ்ந்த நானும் தவிக்கிறேன்
அவள் அடர் கூந்தலில்
நகராமல் மேகங்கள் நிக்குதே
இதழ்களும் வாடாமல் இருக்குதே
அவள் முகத்தில் சாத்தியமாகுதே பட்டாம்பூச்சி
சிறகுகள் முத்தமிடுதே
வீணை நரம்பும் சேருதே
அவள் இரு கண்களில்
ஏழு சுரங்களும் இசையாதே
நழுவி முத்துக்கள் விழுகுதே
அவள் கொலுசு கணுக்காலிலே
கருப்பு ரோஜா பூக்குதே
நிலவின் பிம்பம் நீரிலே
விழுகிற அவள் நிழலால்

விக்னேஷ்

அவள்

ஒட்டுமொத்த கறுப்பையும்
புறந்தள்ளும் கன்னத்து வனப்பை...
கண்ணின் வழி கசியும்
வெட்கத்தை...
எத்துப்பல் மறைக்கும்
அகல சிரிப்பை...
நாணி ஒளியும்
உதட்டோர மச்சத்தை...
திருஷ்டியாய் முகமுரசும்
ஒற்றை முடியை...
என் அத்தனையும் ஒளித்துவைத்து
"அழகாயிருக்க" என சொல்லுகையில்
அப்படியா? என புருவமுயர்த்தி
மீண்டும் வீழ்த்துமவளை
அதிசயம் என சொல்லாவிட்டால் எப்படி?

கீதா பரமன்

அன்னை

இருள் சூழும் பொழுதில்,
உறக்கம் வராமல்,
கண்களில் பல ஏக்கத்தோடு,
விழித்திருக்கும் தாமரை போன்ற கண்களில்,
எத்தனை எதிர்ப்பு என் மீது,
என்னை ஏந்தி கொள்ள,
பத்து திங்களாய் காத்திருக்கும்,
அழகிய தேவதை அவள்.
அன்பு கொண்டு என்னை ஆள போகும் ராணி அவள்,
என் மீது எத்தனை காதல் இருந்தால் நான் பிறக்கும்
முன்பே,
இத்தகைய அன்பை செலுத்த இயலும்?
புரண்டு படுத்தால் எனக்கு வலிக்கும் என அஞ்சி,
இரவு உறக்கத்தை தொலைக்கிறாள் வேண்டும்
என்றே!

சந்தியா.லோ

அவள் வேண்டும்

காற்றாக அவள் வேண்டும்,
சுவாசித்து கொண்டே இருப்பேன்!

நிழலாக அவள் வேண்டும், அவளுடன்
நின்று கொண்டே இருப்பேன்!

வெயிலாக அவள் வேண்டும், காதலில்
காய்ந்துக்கொண்டே இருப்பேன்!

மழையாக அவள் வேண்டும்,
மண்ணாக நான் இருப்பேன்!

கண்ணாடியாக அவள் வேண்டும்,
உடைந்த பிம்பங்களாக நான் இருப்பேன்!

கல்லறையாக அவள் வேண்டும்,
அவளோடு சேர்ந்தே உறங்குவேன்!

ஆணாக அவள் வேண்டும்,
அவளுக்கும் காதல் வலி கொடுப்பேன்!

சா.இராமநாதன்
(கவிதன்)

அதிசயம் அவள்..!

ஆர்ப்பரிக்கும் கடலினைப்போல்
தன் தாயின் உதிரம் பீறிட,
அவள் பிறந்தாள் - இப்புவியில்!
அவள் சிறு அசைவுகளும் அதிசயமாய்;
வருடங்கள் உருண்டோட;பூப்படைந்தவள்,
மனதில் இனம்புரியா ஆசைகள் எழவே
ஒன்றும் புரியாமல் தவிக்க,
பாடப்புத்தகம் சொன்னது:
இயக்குநீரின் வேலையென்று.
தன்னை கட்டுபடுத்தும் முயற்சியில்
வெற்றிபெற,குறுநகையோடு நகர்ந்தாள்.
பதினெட்டை தாண்ட, தகப்பன் இல்லாமல் போக,
பொறுப்புகளும் சுமைகளும் மேல் விழ,
கூலித்தொழிலாளியாய் தொடங்கி
தொழில் அதிபராய் மாறி நிற்கும்
அதிசயமாய் அவள்!

லா. மோ. பிரியதர்ஷினி

"அம்மா" என்னும் அற்புதம்

"அம்மா"
மூன்று எழுத்து கவிதை...
கவிதை சொல்லும் உன் காதலை...
காதல் சொல்லும் உன் தியாகத்தை...
தியாகம் சொல்லும் உன் வீரத்தை..
வீரம் சொல்லும் உன் நம்பிக்கையை...
என் நம்பிக்கை நீயே...
தன்னம்பிக்கை விதையே

உடல் நலக்குறைவிலும் வேலை செய்கிறாள்...
வலியும் வேதனையும் மறைத்து சிரிக்கிறாள்...
எல்லா வேலைகளையும் அவளே செய்கிறாள்...
கேட்டால் கடமை என்று பெருமிதம் கொள்கிறாள்...
பெண்மை ஒன்றும் குறையல்ல... இருப்பது என்றும் எளிதல்ல...
அன்னை தெய்வத்திற்கு நிகரானவளோ!!
நீ அவளின் பிள்ளை என்றால் பெருமிதம் கொள்வாய் மகனே!!!

முஹம்மது தாஹா .அ
(Mohammed Thaha .A)

அவளின் வாய் மொழி

தமிழின்
சிறப்பினை உணர்கிறேன்
பாரதியின்
எழுத்து மொழியால்!

தமிழின்
அழகினை உணர்கிறேன்
உந்தன்
வாய் மொழியால்!

மாயோன்

அவளொரு அதிசயம்

காணக் கிடைக்காத அற்புதக் காசினியில்,
முதலாய்த் தோன்றிய மொழிகளின் தாயவள்,
தனித்துவம் காத்து நிற்கும் தானியவள்,
மேதினிலே மகத்துவம் பொருந்திய மங்கையவள்,
காப்பியங்கள் கொண்ட காலத்தின் குழவியவள்,
கிறுத்துவுக்கு முன்பே சங்கம் கண்டவள்,
பக்தியில் திளைத்து பாசுரங்கள் கேட்டவள்,
காலங்கள் கடந்தும் கருத்தில் நிலைத்தவள்,
நாளும் இரண்டும் சொல்லிலே கொண்டவள்,
வயதே ஆகிடாத வாலைக் குமரியவள்,
இலக்கணம் இலக்கியம் பெற்ற இனியவள்,
ழகரம் கொண்டு சிகரம் அடைந்த-இவள்
அயலோர் வந்திருந்து வணங்கிய வானதி,
நாகரிகம் கற்றுத் தருகின்ற நாரிமணி,
எம்மை தாசனாய் மாற்றிய தமிழ்மகள்.

இர.கந்தவேல் பிரபாகரன்

அழகியலின் அதிசயம்

அவளென்பதே அதிசயம் தானே
கருங்கூந்தல் கலைந்து
முடியும் வேளையில்
கள்ளப்பார்வை கொண்டு
என்னை காதல்
செய்த கருவிழிகளும்
அதிசயமே
என்னை கண்டதும் நாணம்
கொண்டு
சிறு வெட்கப்பார்வை
வீசுவதும் அதிசயமே
இரு செவ்விதழ் கொண்டு
என் பெயரை உச்சரிப்பதும்
அதிசயமே
கவலைகள் எத்தனை
வந்தாலும்
காலங்கள் எத்தனை
கடந்தாலும்
என் அழுகையில்
அவள் கூறிடும் ஆறுதல்களும்
அவளென்னும் அதிசயம்
தானே

உன் சிரிப்பில் நான்

அபூர்வ ராகம்

வானத்து தேவதையோ..!
விண்மீன் காரிகையோ..!
விழி பேசும் வித்தகியோ...!!
விண்ணோர் போற்றும் வினோதினியோ...!!

விழியாலே பொறி வைத்தாள்...!
விரும்பியே எனை சிறை வைத்தாள்...!
விழாமலே என்னை வீழ்த்திவிட்டாள்...!!
விவேகமாய் வெற்றிக் கொடி நாட்டிவிட்டாள்...!!

விந்தை தரும் விசித்திரம் அவள்..!!
வியப்பூட்டும் வினோதம் அவள்...!!
விடியல் கற்பிக்கும் விடிவெள்ளி அவள்...!!
விமோச்சனம் நல்கும் விசித்திரம் அவள்...!!

நாளெல்லாம் நான் படிக்கும் வேதம் அவள்...!!
நளினமாய் எனை மயக்கும் அபூர்வ ராகம் அவள்....!!
ஆண்டாண்டாய் நான் போற்றும் நேசம் அவள்...!!
என்றென்றும் எந்தன் ஆயுள் காக்கும் சுவாசம்
அவள்...!!

இரா.கவிநிலா

அவளே என்னவள்

மையிட்ட விழியில்
என்னை வீழ்த்தியவள் -அவள்
மூக்கின் நுனியின் கோவத்தால்
என்னை மூச்சு முட்டவைத்தவள் -அவள்
பட்டுபோன்ற மேனியும்...
நெத்தியில் இட்ட திலகமும்
அவள் பேசும் அழகில்
அதற்கு இணையாய் தாளம் போடும்
அவளின் ஜிமிக்கியில்
அசந்து தான் போகிறேன் நான்
பொன்நகை பூட்டியும்
புன்னகையால் ஈர்த்தவள் -அவள்
காற்றில் ஆடும் கூந்தலில்
மல்லிகை மனம் வீசும்
மாயக்காரி அவள்...
அவளே என்னவள்
அவளென்னும் அதிசயதவள்...
அவளே உலகத்தின் காணாத
அதிசயதவள்...
அவளே என்னவள்...

Vinothini Adaikkalasamy

அழகின் வரிசை

வகுடெடுத்து அள்ளிமுடியும் கருகூந்தலில் தோற்றதடி
கருமுகில் கண்டதும் தோகைவிரித்தாடும்
வண்ணமயிலே
நெற்றிபொட்டின் வனப்பழகே! வளைந்திருக்கும்
புருவங்கள் கருப்பு மயிலிறகே!
கருமையில் கலந்திருக்கும் இமைகளும் தனியழகே!
கவர்ந்திழுக்கும் கண்களில் தனித்திருக்கும் திமிரழகே!
வெட்கத்தில் சிவந்திருக்கும் கன்னங்களும் பேரழகே!
பேரம் பேசும் ரோஜாவின் இதழ்களும் எட்டாவது
அதிசயமாம் ஒரு அழகே!
வானவில்லும் வாயடைச்சி நின்றதடி! கண்ணாடி
வளையலின் அழகில் விழுந்ததடி
குயிலின் ஓசையும் ஒரு நிமிடம் நின்றதடி
கொஞ்சும் கொலுசின் இசையில் குயுலும் விழுந்ததடி
அழகின் வரிசையில் அடுக்கடுக்காய் விந்தையடி!
இயற்கையின் வலியை இனிமையாய் ஏற்கும்
தாய்மையே பிறப்பின் பிரம்மனடி.

ஸ்ருதி, மயிலாடுதுறை

அவன்களும் அவள்களும்

அவள்
அறியா வயதில் சகவாசம்
அரும்பு மீசையில் தனிதேசம்
திடீரென்று உருமாறிடும் அவள்தேகம்
புதிரென முளைத்திடும் புதுசந்தேகம்
அவள்களால் மட்டும் எப்படி முடிகிறது?
உடைமாற்றுவதைப் போல்
உறவை,ஊரை,வீட்டை மாற்றிக்கொள்ள?
எப்போதோ ஒரு குழந்தையைப் பெற்றெடுக்க
வருடக்கணக்கில் மாத
தவணையில் வலி சுமக்க?
அவள் ஒரு இனம்புரியாத ஈர்ப்பு
எரிமலை கோபம் பனிமழை பாசம்
வெட்கி எட்டிப்பார்க்கும் மழலையம்
வற்றாத ஊற்றெடுக்கும் தாய்மை
தாயோ, மகளோ
பாட்டியோ, பேத்தியோ
தமக்கையோ, தாரமோ
தோழியோ, காதலியோ
அவள்களைப் பார்க்க, பேச எதோ ஒன்று இருந்து
கொண்டுதான் இருக்கிறது
எப்போதும்!
அவன்களுக்கு எப்போதுமே
அவள்கள் அதிசயம் தான்.

அரவிந்த் ரகு

அதிசிய பிறவி அவள்

பேதை அவளொரு வேதமிடம்
வாடா மலரே!! மங்கையாய்
மலர்ந்தாயே இப்பூவுலகில்
திரியில்லா தீபமே....
தீப்பிலம்பின் அழகே!!
நீயே வியப்பின் அதிசய நிகழ்வே!!
கற்பின் இறைவியே!!
காதலின் கடலே!!!
காமத்தின் கானல் நீரே!!!
உம்மின் அழகை உவமையாக
வர்ணிக்க வார்த்தைகளை தேடித்திரியும்
பல அறிஞர்களின்
ஓர் தேடல் கவிஞனும் நானே!!!....

மு.சிவசண்முகம்

அவள் மீதான எனது பார்வை

ஜன்னல் வழியே கண்டேனடி
தேனிசைக் கொலுசணிந்த பாதத்தை..
அவ்வழகை வருணிக்க இவ்வுலகில் ஏதடி வார்த்தை..
அத்தருண சிலிர்ப்பு தகர்த்ததடி என்மன
பாரத்தை..
உன் எழிலினை கண்ட பொழுதினில்
பசியும் மாறுதடி தாகமாக..
ஓடுதடி செங்குருதி வேகமாக..
கசியுதடி வியர்வை மேகமாக..
கருங்கூந்தல் கண்டபடி மெய் மறந்து
சாயும் பாவியானேன்..
உன் காதல் கதவை
திறக்கும் சாவியானேன்..

Abish. S. H

அதிசயமே வியக்கும் அதிசயம்

அவள்....!! அழகு....!!

அவளென்னும் பெண்மையின் மென்மை...!!

அவளென்னும் மழலையின் மகிழ்ச்சி...!!

அவளென்னும் தோழியின் துணை...!!

அவளென்னும் மனைவியின் நேசம்...!!

அவளென்னும் தாய்மையின் கனிவு...!!

கறை இல்லா நிலவு அவள்...!!

கதகதக்கும் சூரியன் அவள்...!!

கல்லுக்குள் நிறைந்திருக்கும் ஈரம் அவள்...!!

கற்பனைக்கெட்டா ஓவியம் அவள்...!!

கள்ளச்சிரிப்பின் காதலி அவள்...!!

கற்கண்டு காரிகை அவள்...!!

கார்மேகக் குழலி அவள்...!!

அத்தனைக்கும் சொந்தமாய்

வியக்க வைக்கும் அதிசயம் அவள்...!!

Vasugi Parthiban

அவளின் அன்றாட பிழைப்பு

எட்ட நின்று கிட்ட நட்புகளையும் உறவுகளையும்...
அவளைச் சுற்றி அவளருமை பிரதி பிம்பங்கள்
சிலவற்றுடனான உரையால்
கலந்த தேடலை முடித்து புதுத்தெம்பு புகுத்தியதும்
மோட்சம் அளிக்கும்
இரவுகளுடன் கைகோர்த்து
மீண்டும் ஒருமுறை தவிப்புகளால் கருவுற்ற
கன்னிகையாய் துணையற்ற விதவைக்கோலமிட்டு
விடியலை இனிதாய்
ஈன்றெடுக்கிறாள்...
இது அவளென்னும் அதிசயம் தினந்தோறும்
தனிமையுடன் நடத்தும்
அன்றாட பிழைப்பாம்...

அ.பிரியதர்ஷினி

அண்டத்தின் இயற்பியல் அவள்...

இந்த உலகம் தோன்றியபோதே தோன்றியவள்...!
பல ஆச்சரியங்கள் கொண்டவள்...!
பல மாயங்கள் செய்பவள்...!
மனமும் அடைக்கலம் அடைகிறது அவளிடமே...!
அவளை காணும் நேரத்திலே சற்று ஆறுதலும்
அடைகிறது...!
தினம் தினம் மாறும் ஓவியம் அவள்...!
இரகசிய மொழியில் பேசுகிறவள்...!

ஆசையாய் அவளை காண நெடுந்தூர பயணம்
செய்கிறேன்...!
அவள் அழகை இரசிக்க...!
அப்பப்பா எத்தனை அழகு அவள்...!
உள்ளமும் அவள் மேல் மையல் கொள்கிறதே...!
அவளுடன் தனிமையில் வாழும் நாட்களில்...!
என்னை நானே தெரிந்து கொள்கிறேன்...!
என் முதல் காதலியும் அவளே...!
யார்? என்றுதானே பார்க்கிறீர்கள்
"இயற்கை" என்னும் பெண்ணவள் தான்...!

தெட்சிணாமூர்த்தி.ந

அதிசயங்கள் நிகழ்த்தும் அவளதிசயம்

அவள் அதிசயமா? அவள் நிகழ்த்துவது அதிசயமா?
அவளது பஞ்சன்ன விரல்கள் ஒவ்வொன்றும்
அதிசயமென்றெண்ணி
அவற்றில் கோலமிட்டபடி அவள் கொழுப்பு
பிரதேசங்களில்
எனது கரமூரும் அந்த ரசாயன நிமிடங்களில் அவள்
கொள்ளும் பேரழகு
எனைக்கொல்லும் அதிசயத்தை நிகழ்த்திவிட்டு
செல்கின்றது..!!

அவளது குங்கும இதழ்களோர் அதிசயமென்றெண்ணி
எனது முகமென்னும் மைதானத்தில் முளைத்த
கரும்ப்புற்களினால்
அவற்றை தீண்டும் நொடியில் அவளடையும் சிலிர்ப்பு
என்னுள்
அதிசயப்பிரளயத்தை நிகழ்த்தி செல்கின்றது..!!

அவளது கன்னமெனும் வெண்கானகமொரு
அதிசயமென்றெண்ணி
நெருங்குகயில் அதில்தோன்றும் புதைக்குழியில்
குப்புறவிழுந்த என்னிதழ்களினால் அவள்கொண்ட
நிறமாற்றம்

எனை வெறியூட்டும் அதிசயத்தை
நிகழ்த்திச்செல்கின்றது..!!

இப்படியாக,
அவளொரு அதிசயமென நானெண்ணும்
தருணங்களிலெல்லாம்
ஏதொவொரு அதிசயத்தை அவள் நிகழ்த்திக்கொண்டே
இருக்கிறாள்
நான் குழம்பிக்கொண்டேயிருக்கிறேன் பதிலின்றி..!!

மைவிழிச்செல்வி

அவள் எனும் அதிசயத்திற்கு காதல் கடிதம்

எந்தன் மனதை கொள்ளையடித்த அழகியவள்...
அழகிற்கு அழகு சேர்ப்பவள்...
அவள் கன்னக்குழியில் என்னை தொலைத்துவிட்டு
தேடி
கொண்டிருக்கிறேன்...
அவள் கருவிழி மோதியதில் என் நினைவுகளை
இழந்தேன்....
அவள் நினைவுகளை தவிர....
அவள் கார்குழலில் வாழ்ந்து அவள் மடியில் செத்து
மடிந்திட
வேண்டுகிறேன்...
அவள் கரம் பிடித்து வாழ்க்கையில் வெகுதூரம்
நடந்திட காத்திருக்கிறேன்...
என் எழுத்துகளால் என் காதலை அவளிடம் கூறி
கொண்டிருக்கிறேன்....
இதை படித்ததும் அவளின் காதல் எனக்கு
சொந்தமாகும் என்ற
நம்பிக்கையில் தவம் கிடக்கிறேன்...
புரியவில்லையா உன்னை நான் காதலிக்கிறேன்...
ஆம் என்ற பதிலை கொடுப்பாயா என் காரிகையே

Sandhiya jaishankar

ஆச்சரியக்குறி

கண்களில் காந்தம்....
சிரசில் மலரினம்,
வளைவில் இடையினம்,
குரலில் மெல்லினம்,
செவியில் குழலினம்,
என்ற சொல்லினங்களுக்கிடையில்,
தன் குடும்பத்திற்காக மலரின சிரசில், சுமையேற்க்க
தயங்காத
பக்குவம்......
இடையின வளைவில்,வானவில்லை வளைக்கும்
நெஞ்சுரம்......
உலக தரத்தில் உயர்ந்து போன மெல்லின குரல்கள்.....
குழல் பூட்டிய செவிகளிலெல்லாம் இன்றும் மங்காமல்
ஒலிக்கும் எங்கோ
சிகரம் தொடும் துணிச்சல்.....
அடுமணை கரியும் ,இடு மனை சொல்லி, முனங்குகிறது
கேள்விக்குறியின் ஆச்சரியங்களை எண்ணி......
என்றுமே அவள் என்பவள் புரிய வழியில்லா
அழகோவிய அதிசயம்
தான்.......

மாளவிகா ராஜேந்திரன்

ஆர்ப்பரிக்கும் அவளின் அழகு

பிரமன் படைத்த அழகிய பூலோக மங்கையே!
குழைமா வடிவ கூந்தலில் என்னை சிறை எடுத்தவளே!
கூர்மையான மீன் கண்களில் என்னை மயக்கியவளே!
உதட்டின் சுவையை ருசிக்க மழைத்துளி உன்னை
முத்தமிட்டுதே!
உன் முகப்பொலிவில் சூரியனும் நிழலை தேடுதே!
குயில் குறலில் இனிமையான இசை உலகிற்கு
அளித்தவளே!
மயில் நடனத்தோடு பிறந்த நடராசரின் மகளே!
வெண்புறா வண்ண மனம் படைத்தவளே!
அன்னம் போல் நடந்து வந்த தேவதையே!
சந்தன மணம் கொண்ட என் மனதை ஈர்த்தவளே!
உன் பிஞ்சு பாதம் பட்ட இடமெல்லாம் புனிதமானதே!
சிலை போல் நின்று இருக்கும் என் இதயம் திருடியே!
உன் வெட்கத்தில் மயங்கி நிலவும் தேய்கின்றதே!
நீ மழையில் ஆட மயிலும் மலைத்துப் போனதே!

அ.ர.கவிதா

இதயத்திருடி

என்னவளே.

எட்டி செல்லும் உன்னை தொட்டு

அணைக்கும் என் கரங்கள்,

துடித்து கொண்டிருக்கும் உன் இதழ்களின்

துடிப்பை நிறுத்தும் என் இதழ்கள்.

என் காதோரம் கொஞ்சி பேசும்

உன் வார்த்தை கிறங்கடிகுதடி என்னை.

வெட்கத்தில் நீ விலகி செல்ல,

என் இளமையின் வேகம் கட்டி இழுக்குதடி உன்னை.

கட்டி அணைத்தால் தீர்ந்து விடுமா என் மோகம்.

ஊடலுடன் ஒரு கூடல் செய்.

என் இதய திருடியே.

R. Alagulakshmi

இனியவளின் இனிமை

கார்முகில் தோகையுண்டு தீட்டியதொரு கூந்தலுண்டு,
வர்ணத்தின் விதிவிலக்காம் வானது நெற்றி கொண்டு,
ஈர்த்ததொரு இருவிழிதனில் இருளது விலகி,
பூத்ததொரு பேரானந்தம் பேதையவள் இதழின்
இனிமை கண்டு,
ஆவினது பவித்ரத்தை யாம் அறிந்திரவே,
உதித்ததொரு பௌர்ணமி நெஞ்சம் நீங்கா நிலை
கொண்டு,
கள்வனாகி நின்றேனே நின்னை காண எவரறியா
வண்ணம்,
திவ்யமான நின்தேகத்தை தென்றலும் தீண்டிச் செல்ல,
அடைபட்ட பைங்கிளியாய் வீற்றேனே நின்னடியில்
பரவசம் கொண்டு,
விழியால் வென்றவளின் வழியனாய் வாழ்ந்திடவே
நெஞ்சம் நெருடுதே,
வழியறியாவனுக்கு வசந்தமாய் வந்து நின்னையும்
வர்ணிக்க
வைத்ததொரு வானுயர காதலடி!

Sakthivel M

இப்படியும் காதலிக்க ஆசைதான்

எனக்கும் காதலானது கையெழுத்து அழகானது
காத்திருந்த நிமிடமெல்லாம் கல்வெட்டில் நிலையானது
முடவனும் கொம்புத்தேனும் நடைமுறையில்
சாத்தியமாகுமா?
என்னுடைய காதலும் வன்முறையில் முடிவாகுமா?
ஒருநாள் ஈசலாக தினந்தினம்இறக்கிற
இறந்தாலும் உனக்காகவே மீண்டும் பிறக்கிற
உன்நினைவ சுமக்க ஒருஇதயம் பத்தலடி
பிரம்மனிடம் மனுக்கொடுத்தும் மறுஇதயம் கிடைக்கலடி
வெற்றிட இதயத்தை உன்நினைவால் கனமாக்கினாய்
முப்பொழுதும் உன்நினைவால்
என்னை பித்தனாக்கினாய்
விழியசைவில் சிறையெடுத்தாய்
இதயச்சிறையில் கைதியாகினேன்
மொழியசைவில் வியக்கினாய்
நிகரில்லா கவிஞனாகினேன்
காணும் திசையெல்லாம் கண்ணாடி பிம்பமாக்கினாய்
கண்ணசைவில் என்கர்வத்தையே
கண்ணாடி சில்லாக்கினாய்
இப்படியும் காதலிக்க
எனக்கும் ஆசைதான்
ஆசையும் பொய்யாக்கியதே
என்னுடைய கனவுதான்...

மா.ராஜவேல்

இவள் பார்வையில் என் கவிதை.

நீலவானின் மேகம் போல,
நீயும் நானும் கானல் ஆனோம்...
காலை வேளை, காதல் மாலை
சோர்வை தீர்க்கும் உந்தன் பார்வை...
நெஞ்சுக்குள் ஆசை எல்லாம்
ஒன்றன் பின்னாய் தோன்றுதடி...
நீயும் நானும் வாழும்போது
வானவில்லாய் மாறுதடி...
கற்பனையும் மெய்யாகும்! காதல் வந்து விரைந்து
செல்லும்.
சொல்லிய வார்த்தை என்னவென்று?
நீயும் என்னைக் கேட்கும் போது.
சொல்ல வார்த்தைகள் ஏதும் இல்லையடி,
உந்தன் கண்கள் பார்க்கும் போது...

Muthubalaji.MS

உயிர் தீண்டிய காரிகை

சிந்தனையில் சந்தித்தவளை உயிர்
சிற்பமாக்க விழைகிறேன்
மடந்தையாம் அவளொரு பனிக்குவியல்
மலர்க்கரம் தொடும்முன்னே உருகுகிறாள்
கண்ணோரம் சிலிர்ப்பூட்டும் கார்குழலாள்
காதோரம் கொஞ்சிப்பேசும் நன்மொழியாள்
புனையா ஓவியம்போல் மெல்லிடையாள்
புரியா மயக்கம்தரும் புன்னகையாள்
பஞ்சுப் பாதத்தால் அடி வைத்தாள்-இந்த
பிஞ்சு நெஞ்சத்தில் இன்பஇடி தந்தாள்
எண்ணத்தில் எழுந்தவளை என்
எழுத்தாக்கி படைத்துள்ளேன்!

ஆ.சிவரஞ்சனி ரமேஷ்

என்னவள்

திசை அறியா பறவையைப் போன்ற கண்ணின்
மணிகள் அலைபாயும்
வண்ணமில்லா வானவில் விழியோரம் தோன்றும்
உன் புன்னகையில் காயங்கள் மாயங்களாய் மறையும்
அவளின் மௌனமும் பல்லாயிரங்கள் அர்த்தங்கள்
சுமந்து நிற்கும்
காலை பொழுதுகள் உன் வதனத்தை பார்த்து தான்
விடியும்
அணைக்கையில் அன்னை, குறும்புதனத்தால் நீயும்
குழந்தையே
நம் உயிரே உன் கருவறையில், நீ இருக்கையில்
யாவும் துணையே
மண்ணில் வேர் இல்லா விதையாய் காதலை என்னுள்
விதைத்தாய்
நினைவுகள் தூரங்களைக் கடந்து காலத்தோடு
பயணித்து
உன்னை நினைக்க சொல்கிறது
வார்த்தைகளில் வண்ணம் பூசி
அக்கறையில் அன்பு ஏந்தி வந்த தேவதை நீ
கரம் பிடித்து என் கடமையை சரிப்பாதியாக பங்கிட்டு
கொண்டவள்
அவளென்னும் அதிசயம், அவளை நினைக்கையில்
கற்பனை மலர்ந்து
கவிதைகள் பிறந்திடும்...

கு.தயாலினி

என்னவளே

ஆர்ப்பரிக்கும் அன்பு!

குறும்புச் சிரிப்பு!

காந்தக் கண்கள்!

காற்றில் கலையும் கூந்தல்!

செல்லச் சீண்டல்கள்!

சுயநலமற்ற சுபாவம்!

மயக்கும் மழலைமொழி!

மூச்சுக்காற்றுடன் முத்தங்கள்!

மேகக்கூட்ட மேனி!

துயில்கொள்ளும் தாரகை!

வெள்ளந்தியான வெட்கம்!

தகுமா? எந்தன் தங்கக்குவியலை,

வார்த்தைகளில் அடக்க!

என்னவளே! என் அழகுதேவதையே!

கவிஞர் தமிழ்ச்சிற்பி.ராம்குமார் வேலுமணி

என் செல்லக்குட்டி

என்னவளே...
நீ
அசைவம் சாப்பிடமாட்டாயே?
ஏன் என் உதட்டை மட்டும் கடித்துவிடுகிறாய்
முத்தம் கொடுக்கும் போது....
அழகே...
உன் சின்னஞ் சிறு முத்தங்களை சேமித்து வைப்பதற்கு
என் இதயத்திலே இனி இடம் இல்லையே...
எவ்வளவு போட்டாலும் நிரம்பாதது அட்சய பாத்திரம்...
உன்னை எத்தனை முறை பார்த்தாலும் நிரம்பாது
என் கண்கள் என்னும் பிச்சைப் பாத்திரம்...
நீ.... புன்னகையை சிந்தாதே!
பூக்களும் சிதறிவிடுகிறது....
நம்மை விட அழகாய்ப் பூக்கிறதே என்று...
என் அழகே
நீ
மழையில் நனையாதே மழைக்கே....
ஜலதோசம் பிடித்துவிடுகிறது
உன் அழகைக் கண்டு...
உன்
பிறந்த நாளை தேவதைகள் தினமாகக் கொண்டாட
என் மனசு உத்தரவு பிறப்பித்துள்ளது...

திவ்யா

என்னவளை எண்ணி

மார்பில் சாய்ந்த அந்நாள்,
மறு வீட்டிற்கு செல்ல அழைக்குதடி...!
மருமக னாகும் என் கனவு,
மறைந்து கொண்டே போகுதடி...!

மறைமுகமாய் எழுதிய என் முதல் கடிதம்,
மண்ணோடு மண்ணாக புதையுதடி...!
கரம் புடிக்க எண்ணிய அந்நாளும்,
கலர் படமாக மாறியே போகுதடி...!

கிளையில் தோன்றிய பளிங்குகள் யாவும்,
கிழமை தாண்டி கீறுதடி...!
கிழவனாகும் என் மனதை,
கீறி மழலைபோல் மாறி யமையுதடி...

மலர விருக்கும் மறு ஜென்மத்திலும்,
மாறாத பாசத்துடன் - மணலாக
பிறக்க விரும்புகிறேன்...!
உன் பாதத்தால் மிதிபட்டு
இறப்பதற்காக...!

அப்சல் அகமது

என்னவளாகிய தோழியே

என்னவளாகிய தோழியே:

கண்களில் அன்போடும் இதழின் புன்னகையோடும் ...

என் இன்பம் துன்பங்களில் தோள் கொடுத்து...

என் எல்லா உணர்வுகளையும் பகிர்ந்தவளே....

உன் வார்த்தைகள் அற்ற பார்வை ஒன்று போதும்...

என் எல்லா கவலைகளையும் மறந்து சிரிப்பதற்கு....

உன்னை மறந்து என்னை நேசித்த உன் அன்பில்

கண்டேன் காமம் அற்ற

காதலை.....

உன்னை பெற்றவர்களை காட்டிலும்..

உன்னுள் பாதியான கணவரை காட்டிலும்...

உன் உதிரத்தில் மலர்ந்த தாரகையை விடவும்...

என் மீது அதித அன்புக் கொன்டவளே....

நம்மை படைத்தவனிடம் கேட்கிறேன்...

தோழியாய் "அவளை மனதில் சுமந்து விட்டேன்

தாயாய் கருவில் சுமக்க

வேண்டும்....

மறு ஜென்மம் ஒன்று இருந்தால்.....

ரேவதி பால்மாணிக்கம்

என் இனிய தோழியே

ராகவி எனும் பெயர்கொண்டு ரத்தினமாய் என்னைச்
செதுக்கியவள் அவள்!
ரணமாய் இருந்த வாழ்வை ராட்டினமாய் மாற்றும்
வித்தை அறிந்தவள்
அவள்! என்னை பற்றி என்னை விட அதிகம்
அறிந்தவள்
என் முகபாவனை வைத்தே என் உள்ளம் படிப்பவள்!!
என் தவறினை சுட்டிக்காட்டுவதால் என்னவோ??
நான் அவளை வெறுத்ததுண்டு... ஆனால் இன்றுவரை
எனை எப்போதும் வெறுக்காதவள்!!
நான் அவளைவிட்டு விலகியபோதும் என்னைவிட்டு
விலகாதவள்..
நட்பு எனும் நீருற்றைக் கொண்டு எனை நனைத்தவள்!!
அன்பு என்ற வார்த்தைக்கு புது அங்கீகாரம்
கொடுத்தவள்
காதலில் கூட கண்டதில்லையடி நான் இத்தனை
அன்பை!!
என் இனியவளே!!!!......
இரண்டு வருடம் தான் என்னுடன் பள்ளியில்
பயணித்தாள்...
ஈரேழு உலகத்தில் நான் காணத அன்பின் ஆழி
அவள்!!

என்னை கவனிப்பதில் தாயாகவும்... . கண்டிப்பதில்
தமக்கையாகவும்
மாறியவள் அவள்!! இலக்கியங்கள் கூட எப்போதும்
ஆணின் நட்பையே
உயர்த்திச்சொல்லும்!!!.... இங்கு பெண்மையின் நட்பின்
ஆழத்தை
அறியாமல்???
சிற்பிக்குள் ஒளிந்துகொள்ளும் முத்தைப்போல... .
கவிஞனின் கற்பனைக்கு
எட்டாத கவிதை அவள்!! அடிக்கடி பேசிக்கொள்ள
மாட்டோம்!!... இருந்தும்
அத்தனை புரிதல் எங்கள் நட்புக்குள்!! உன்னைப்
பாட ஒர் கவிதை
போததடி... என் இனிய தோழியே!!..

சங்கீதா நாகு

என்னவள் என்னும் அதிசயம்

குளிர்விக்க நீரும்,
வியப்பூட்ட ஆகாயமும்,
தாங்கிட நிலமும்,
வருடிச் சுவாசமாக காற்றும்,
விளக்கேற்றும் விரல் பற்ற நெருப்பும், பருவாகிட
விண்மீனும்,
புருவ நுதலில் பிறைநிலவும்,
பிரகாச முகத்திற்கு முழுமதியும், கன்னம்
சிவக்க கதிரவனும், இதயத்தின் நிறமாக கொண்டலும்,
பொக்கிசத்தோடு
ஆழ்கடலும் போட்டியிட்டாலும்,
என் பொக்கிசம் என்னவன்தான்
என்றவளின் அகஅழகுடன்,
அதீத கோபத்தில் சண்டையிட்டு என்மடியில்
சாய்ந்திடும்
கள்ளி என்னவள்
என்னும் அதிசயமே!

முத்துமணி

என் இனிய பொன் நிலாவே

எப்போது இரவு வரும் என எதிர்ப்பார்ப்போடு
தினமும் இதயம் படபடப்பாக இயங்கியது
வரும் வரை காத்திருந்தேன் ஆவலோடு
என்னவள் வருவாளா என்று காதலோடு
ஏங்கிய தருணம் வந்தது அங்கே
எடுத்தேன் எழுதிய கவிதைகள் இங்கே
பார்த்த கணமே பறந்தது துன்பம்
இடைவிடாது இதயத்தில் ஆர்ப்பரித்த இன்பம்
சத்தமின்றி ரசித்தேன் அவள் அழகை
அலங்கரிக்க எதுவும் தேவையில்லை என்னவளுக்கு
மௌனம் மட்டுமே எங்களின் உரையாடல்
இரவோடு என் காதலும் நீண்டது
என் காதலில் ஒருநாள் இனிமையாக நிறைவுற்றது
போய் வா என்னவளே என்றேன் ஏக்கத்தோடு
நாளைய இரவை எதிர்பார்த்து கூறினேன்

MachJoke

கண்ணம்மா....

பாரதியின் மீது கொண்ட காதலால் ஈர்கபட்டேனா!
அல்லது கண்ணம்மா என்ற பெயர் என்னை கட்டி
பினைத்ததோ!
கண்ணில் விழுந்த தூசி போல
உன் பெயரின் மோகத்தில் சிக்கித் தவிக்கிறேன், என்
கண்ணம்மா.!
உன்னை வர்ணிக்க வார்த்தையும் என்னிடம்
கெஞ்சுகிறது...!
இன்று தான் என் வரிகளுக்கு உயிர் கிடைத்தது!
காரணம், உனக்காக எழுதுவதால்.
அழகினை எழுதியவள் நீ!
என் வரிகளும் உன்னிடம் தோல்வியுற்றது அன்பே!

பிரதிக்ஷா.கு

காதல்

என் வாய் அடங்காது
கேட்ட வார்த்தையில்
உன் சினம் துள்ளி எழுந்து
நீ குடுக்கும் துயில் நேர முத்தத்தை
மறந்து சென்று விட்டாய்
உன் உதட்டின் ஈரம்
என் நெற்றியில் படாமல்
இமைகள் மூட மறுக்கிறது
என் உயிரே

Malika

கவனிக்கத்தவறிய அதிசயம்

கடவுளின் பெரிதாம் கருவினில் சுமந்து
இவ்வுலகிற்கென்னை அறிமுகம் செய்து
மனிதனாய் நான் வளர்ந்து நிற்க
தாயாய் பல தியாகங்கள் செய்து
நேற்று யாரென்றே தெரியா எனக்காய்
இன்றென்னுள் சரிபாதியாய் பெற்றோரையும் பிரிந்து
சுக துக்கங்களைப் பகிர்ந்து
துவண்ட நேரங்களில் துணையாய் உடன்நின்று
ஆயிரம் அம்பையும் தாங்கும் சக்தியை
அப்பா என்றொரு சொல்லினால்
எனக்குள் அளித்து, என் மகளாய்
அவ்வப்போது என்னையும் சிறுபிள்ளைபோல் மிரட்டி
அடுப்பங்கரையிலும் தனக்காய்ப் போராடியவள்
இன்று வானமே எல்லையென பறக்கிறாள்,
அவள் எனும் அதிசயம்!

Hykoo_talks

கண்முன் வந்த அதிசயம்..!

உறங்கா விழியது...
தனிமையில் தவித்திட
வான்நிலவும் நங்கை
உனை நினைவில் நிறுத்திட
காதல் கண்களில்...
கார்குழல் அழகியிவள் நடந்திட
அசைந்திடும் கொடியிடையில்
என் மனமும் இசைந்திட..
மைபூசிய விழிகளில்
நான் மயங்கிட..
காதல் கனவில் என்னுலகம்
முழுதாய் அவள் நிறைந்திட..
கண்மணியவள் மென்விரலால்
எனை உரசி.. கனவினை கலைத்து
கண்ணெதிரில் அதிசயமாய் நின்றாளே..!

கனவுகாதலி

காதலைக் கூற

உயிரெழுத்துக்கள் பன்னிரண்டும் உன் மை விழிகளில்
மெய்யெழுத்துக்கள் பதினெட்டும் உன் இதழ்
மொழிகளில்
உயிர் மெய்யெழுத்துக்கள் இருநூற்று பதினாறும் உன்
செவ்விதழ்
புன்னகையில்
ஆயுத எழுத்து ஒன்று எனைத் தாக்கிய உன்
இதயத்தில்
தமிழெழுத்துக்கள் இருநூற்று நாற்பத்து ஏழும் உன்னில்
கண்டேன் என்
பேரழகே!!!
நான் உன்னிடம் சொல்ல விழைவது
2 4 7 (நான் உங்களை காதலிக்கிறேன்).

சி. திவ்யா

காதலுடன் இயற்கை

மனம் ஒன்றாய் இருந்த நேரமெல்லாம்
வரமாய் ஆனது அவள் வருகையில்
வழியெல்லாம் பூக்காடாய் மாறியது
அவளின் பின்னே செல்ல வைத்தது

காற்றும் அவள் பின் சென்றது
பெண் காற்றை அவள் இருப்பதனால்

கடல் அலையும் அடங்கி போனது
அவள் அலைவதை கண்டதினால்

குயிலும் தன் பாட்டை மறந்தது
என்னவளின் பாட்டை கேட்டதினால்
நிலவும் தேய்ந்து போனது
என் கண்மணி நிகரில்லை என்ன அறிந்ததும்

சூரியனும் உதிக்காமல் தூங்கினது
அவள் தந்த மயக்கத்தினால்

நானும் அதே மயக்கத்தில் இருந்தேன்
உன்னோடு இருப்பது போல எண்ணி மகிழ்ந்தான்

எதிர்மறை கவிஞன் (ஜேம்ஸ்)

காரிகை

ரவிவர்மனும் தோற்றுப் போவான்
அவளின் திருவதனம் வரைய முயன்றால்...
கம்பனும் கவி எழுத
வார்த்தை தேடி அலைவான்
அவளின் அழகை வர்ணிக்க...
பாவை விழியோ
காந்தத்தின் கருவறை போல...
அவளின் விழி சிறையில்
அகப்பட்டு விட்டேன் ஆயுட்கால கைதியாக...
அவளின் மதுரம் நிறைந்த
இதழைச் சுவைக்கும் நாள்
வாய்குமா? என..
அம்பலியின் வரவிற்காக காத்திருக்கும்
ஆம்பலாய் நான் காத்திருக்க...
அவளை படைத்த பிரம்மனோ வியப்பின் விளிம்பில்
யான் படைத்தது மங்கையையா? அல்லது அதிசயமா?
என்று...

ஆ. ஜவின் சோனா

காதல் காரிகை

இடைத்தொடும் வெள்ள மடையாய் கூந்தல்
இனித்திடும் தங்கச்சிலையவள் ஒரு காந்தள்
வெட்டி வைத்த நிலாத் துண்டாய் நெற்றி
வெற்றித் திலகம் கூறிவிடும் அவளைப் பற்றி
கப்பம் செலுத்த காத்திருக்கு கன்னம்
காதல் விதைத்த கன்னியவள் அன்னம்
கோவைப் பழமாய் சிவந்திருக்கும் உதடு
கண்ட மயக்கத்திலே ஆகிறேன் குருடு
மாதுளை முத்துகளாய் அவள் பற்கள்
தேனூறும் செந்தமிழாய் அதன் சொற்கள்
வெண்டைப் பிஞ்சாம் அவள் விரல்கள்
கெண்டைக் குஞ்சாம் அதன் மொழிகள்
தேவனும் திடுக்கிடுவான் தேவதையவள் தேகங்கண்டே
தெளிவாய் தொலைந்துவிட்டேன்...
தமிழில் தேம்பாவணியாய்..,தெரிவையவள் தாவணியில்!

காவியா ரவிச்சந்திரன்

காதல் எனும் மாயை

கார் முகிலின் அழகியாம்
என் நெஞ்சில்
நிறைந்த இறைவியாம்..!!

நாணம் நீங்கிடா
இளம்பிறை அவள்..!!
காதல் போதை ஏற்றிடும்
என்னழகு யட்சியவள்..!!

இரட்டுற மொழிதலாய் மனம்
தீண்டி, கருவிழியால்
காதல் தந்திட்ட பெண்மை
எனும் இன்பமே...!!!

உன்னில் என்னை இணைத்து
காதல் எனும் மாயையை
சாதல் என்னும் காலன்
வரும்வரை காதல் கொள்வோமாக...!!!

T.Satheesh

கோபக்காரி..

அவளென்னும் அதிசயம்..!!
சிவந்த மாதுளம் முத்தென அவள் முகம்..!!
சூரிய கதிர்களால் நித்தம் என்னை எரிக்கிறாள்..!!
அவள் தன் முகத்தை வெடுக்கென்று ஒரு திருப்பு
திருப்ப...!!
என் மொத்த உலகமும் நின்று போய் விட்டதாய்
ஒருணர்வு..!!
அவள் மூச்சுக்காற்று கூட இன்று என்னை
முறைக்கிறது..!!
அதிலும் அப்படி ஒரு கொதிப்பு' காரணம்தான்
என்னவோ??
எதிரில் செல்பவளின் தலை பின்னல் அழகென
சொல்லித்
தொலைத்தேன்..!!
அதனால் ஏற்பட்ட விளைவு அவ்வளவும்..!!
அவள்தன் கோபம் என்னும் பேரழகால் சுட்டுப்
பொசுக்குகிறாள்..!!
அவள் தன் கண்களில் தெறிக்கும் ரௌத்திரம்..!!
அதிலும் நிறைவாய் நிறையும் மட்டற்ற அவளது
தாய்மை..!!

பிரியங்கா மோகனவேல்

சிரிப்பின் ஸ்வரங்கள் அவள்

பொன் நகையும் வியக்கும்
உன் புன்னகையைக் கண்டு

உன் புன்னகை
என் புண்களைப் போக்கும்
பொன் நகை

வாழ்வில் நேர்ந்த
படுகுழியையும் மறக்கடிக்கும்
உன் கண்ணக்குழி

சோலையில் பூக்கள் வாடினும்!
என்றும் வாடாத பூ
உன் சிரிப்பு

இசையும் ரசிக்கும்
உன் சிரிப்பின்
ஸ்வரங்களை
அழகின் மொத்த உருவத்தையும்
கண்டறிந்தேன்
உன் சிரிப்பினால்

வெ.பரணி

சிறகொலி(ளி)

புது சூரியன் உலகை உலுப்பி -தண்ணீர்
குமிழ் நானாய் தடுமாறி உன்னுள் பிரவேசித்தேன்.

கடந்து போகும் காலம் என்றில்லா
கடக்க முடியா கலங்கரை விளக்கு
வாழ்வின் வண்ணங்கள் அனைத்தும்

கண்களை துவேசித்த காற்று கார்குலில்
கட்டி கண்ணாமூச்சி ஆடும்
அடங்கா காணொளி.

பரதேசி பாதம் சொட்டு பகவான் ஆக்கி
ஆடாத ஆட்டம் ஒடுக்கி அனேகன்
ஆக்கிய அதிசயம் நீ

பேரன்பில் விழுது எழுவது அறியா வாய்
இருந்தும் பேசா ஊமை உள்ளம் உன்னை
சுமக்கும் என்னவளாய்...

Viji Devi J

ஞானியவள்

நீ ஞானியடி....
அன்றே அறிந்து அறிவித்து விட்டாயே
நீயும் நானும் ஒரே வகை படைப்பு என...
அது எப்படி..?
வியப்பில் விழி கசிந்து தான் போனதடி....
என் மனக் கண்ணாடியில் பிம்பமாகி போனாய்,
மாயப் புன்னகை வெளிநடப்பு செய்துவிட்டது..
சாளரத்தின் வழி சாரல் போல்
மெல்ல மெல்ல குளிர்விக்கும்
ஏகாந்தமாகி போனது உன் வரவு...
சில்லென்ற நீரோடையில் முதல் கால் பதிக்க
தயங்குவோமே,
அப்படித்தான் இருந்தது உனக்குள் நான் நுழைந்திடும்
போது..
உன் ஏக்கங்களை ஒவ்வொன்றாக எண்ணி எண்ணி
சொல்கிறாய்..
எனக்கும் எனக்குமென எக்காளமிடுகிறது என் ஏக்கம்...
சிறுக சிறுக கரைந்து கொண்டிருக்கும் காலத்திடம்,
கரையாதே என கையேந்தி யாசித்து
கொண்டிருக்கிறது நம் கனவுகள்..
மிச்சமிருக்கும்வார்த்தைகளுக்கு
நான் நீ என வாதாடிக் கொண்டிருக்கிறது
காதலும் கண்ணீரும்..

கலை கனி

பாடுபட்ட கவிதை

யாரோ ஒருத்திக்காக என் கவிதைகள்
பாடுபட்டுவிட்டன.

யவரும் எழுதமுடியாத ஓர் உவமையை தேடுவதிலே
இந்த கவிதை தாமதமாகியதோ என்னவோ?

இரசணை மிகுந்த கவிஞனாய் வருடங்கள் கடந்தும்
ஒரு அதிசயத்தை பற்றி
எழுதிக் கொண்டே இருக்கிறேன்.

அவளிடம் இருந்து குளிரையோ
மென்மையையோ உணர்ந்ததாக நினைவில்லை
எனக்கு.

அந்த நிலவிடம் ஒப்பிட நிலவு ஒன்றும் அவள்
அளவுக்கு இல்லை.

அப்படி என்ன அதிசயமோ அவள்?
இல்லை அதிசயமெல்லாம் இவள் பாதத்துகள் தான்
என்பேன்.

ஆம் அவள் என்னும் அதிசயத்தை வாசிப்பவனும்
காதல் கொள்வான் என்று
முற்றுப்புள்ளி யிடுகிறேன்.......

சாலமோன்.எ

புது.மைப்பெண்

அவள்! அதிசயமென அவதரித்து
அளவில்லா அன்பை அளித்தவள்
ஆணுக்குநிகர் பெண்ணென
அகிலத்தை ஆளப்பிறந்தவள்!

அடங்கா தன்ஆசையினால் அக்னிப்
பறவயாய் அயராது அலைபவள்
மாற்றங்கள்பல மலரச்செய்யும்
மரியாதைமாறா மங்கையவள்!

பெண்ணென பிறந்தது பாரமெனும்
மூடர்பலரின் மூக்கறுபடுவதுபோல்,
பேரலையாய் தன்பெருமைகளை
பெருக்கிக் கொள்ளப் போராடுபவள்!

இவள்மனம் மலரென மனற்ந்தாலும்
இவளே!! இப்புவிபோற்றும் புதுமைப்பெண்!

ஆ.ச.முகில் வண்ணன்

பெண்மை

பெண்மை என்பது பெண்களிடம் உள்ள ஒரு அற்புத சக்தி.
அந்த ஆதியும் அவளே.
அண்ட சராசரமும் அவளே!
கருணையில் தேவதையும் அவளே
கோபத்தில் காளியும் அவளே!
எல்லை இல்லா ஆற்றலும் அவளே.
எல்லை மீறினால் சுட்டெறிக்கும் கனலும் அவளே!
அன்பு எனும் அகராதியை உருவாக்கியவலும் அவளே.
அணு எனும் உயிரை இயக்குபவலும் அவளே!
நம்மை பிள்ளையாக பெற்றவளும் அவளே.
நம் பிள்ளையை பெறுபவளும்
அவளே!
அரவனைக்கும் தாயும் அவளே.
அன்பு வைக்கும் தங்கையும் அவளே!
தோள் கொடுக்கும் தோழியும் அவளே.
தோல் உரிக்கும் ஆசானும் அவளே!
சுயமரியாதையை சுவாசமாய் கொண்டவளும் அவளே.
துணிச்சலுடன் போராடுபவளும்
அவளே!
பெண்மையை போற்றுவோம்.
பெண்களை மதிப்போம்!..

ஈ.த. வினோத் குமார்

பெண்ணதிசயம்

இருள் சூழ்ந்த நேரம்
திரைச் சீலை ஓரம்
நிலவொன்றை கண்டேன்;
பெண்ணிலவொன்றை கண்டேன்.
நெருங்கி நான் அணைக்க
நாணத்தில் அவள் கன்னங்கள் சிவக்க
அதை நான் என்னவென்பேன்...
ஆழி முத்திரண்டு கண்களாய்
தேன் சுளை அவள் இதழ்களாய்...
அத்தனையும் எனக்கென தந்தவள்
கொஞ்சம் சுயநலம் தான்,
அவள் துயர் என்னிடம் பகிர்வதில் ....
அவளிடம் நான் கண்டது புதுமையே
வலி மறைக்கும் புன்னகையே
அவள் என் வாழ்வின்
அதிசய பதுமையே...

கவிதையின் காதலி

பெண் வண்ணம்

சுடும் சூரியனையும்
சோர்ந்து போகாது உதிரத்தையும்,
கடல் அலை போல்
கண்ணீர் துளி வர
கரைந்து விடாத
தன்னம்பிக்கை மனம்,
நிலவின் பெண்மையும்
நீர் துளியின் ரசனையும்,
வண்ணம் மாறாது வாசம் வீசும்
காகிதத்தில் காதல் கனாவின்
மை எழுத்து
நானோ உன் காதலின்
உயிர் எழுத்து
அன்பால் பயிரிட்ட என் மனம்
ஆயுள் முழுதும் தொடரும்
நம் பயணம்
வேலி இடாத வெள்ளந்தி உறவு
எண்ணிலடங்கா காதலின் எல்லை இல்லா முடிவு.

முஹம்மது உமைர்

பெண்மையின் ஈர்ப்பு

வகுப்பறையில்
கரும்பலகையில்....
வெண்ணிறத்தில்
நத்தை நத்தையாக
எழுதிய எழுத்துக்களெல்லாம்
என் கண்களுக்கு புலப்படாத போது....
அவளின் அழகிய
இதழருகே இருந்த
நுனிப்புல்லினும் குறைவுபட்ட
மச்சம் மிச்சமில்லாமல்
என் பார்வைக்குப் பட்டது..
உரக்கப் பேசி - ஆசிரியர்
சிறக்க நடத்திய பாடம்
என் செவிகளுக்கு எட்டாத போது...
அவளின்
வளையோசைச் சிணுங்களும்
கொலுசுச் சத்தமும்
என் செவிகளுக்கு எட்டியது.....
எப்படி?
ஓ அதுதான்
பெண்மையின் ஈர்ப்போ?

ர.மணிகண்டன்

பெண்ணின் மீது கொண்ட காதல்

மதியை போன்று பிரகாசம் உடையவளே!
உன்னை கண்ட நாள் முதல் தொலைத்தேன்
என்னையே!
குயிலை போன்ற குரல் கொண்டவளே. உன்
குரலை கேட்கும் பொழுது என்னையே மறக்கிறேன்.
கருநிறம் அவமானம் அல்ல அழகு என்று
இவ்வுலகிற்கு உணர்த்தியவளே.
பாலை போன்று வெண்ணிறம் கொண்ட பற்கள்
உடையவளே உன்
புன்னகைக்கு நான் அடிமை.
உன் கண்கள் இரு காவியங்கள் ஏனெனில் அதில்
தெரிவது என் தந்தை
தாயின் முகங்கள்.
மொத்தத்தில் உன்னை கண்ட நாளிலிருந்து என்னையே
தேடுகிறேன்
எனக்குள்.

Murali E.k

பெண் என்னும் பிண்டம்

கருவினில் உதிர்த்தது முதல் கல்லறையில் இறக்கும்
வரையில்
விளங்கவியலா பேரதிசயம் அவள்...

அன்னையின் மாமியாராகவும் தந்தையின் மறு
அன்னையாகவும்
மாறுபட்ட அன்பை வழங்க கருவிலே
போதிக்கப்பட்டவள்...

ஆர்ப்பரித்து கொட்டும் அருவி போன்ற தன்
கண்ணீரையெல்லாம்
இமை தாண்டா வண்ணம் தடுப்பனை கட்டி
நான்கு சுவற்றின் மத்தியில் அடைத்திடும் ஆற்றல்
கற்றவள்....

சிதைந்து போன தன் கனவுகளின் வலியினைக் கூட
இதழின் சிறு புன்னகையில் மறைத்திடும் மர்மம்
நிறைந்தவள்...

மென்மையின் பிறப்பிடமும் வலிமையின் இருப்பிடமும்
ஒன்றாக சேர
உருவேற்றப்பட்ட உன்னத அதிசயம் பெண் என்னும்
பிண்டம்...

ரா. ராஜலட்சுமி

பெண்ணின் வர்ணனையும் காதல் வர்ணிப்பும்

அழகென்ற வார்த்தையின் அர்த்தமான அழகே
ஆகாயம் வியக்கத்தக்க அழகின் அதிசயமே
இனியவனின் இதயம் ஆட்கொண்ட அழகே
ஈரமான ரோஜா இதழ் உடையாளே
உன்னிரு விழிகளினால் சிறைவைத்தாய் என்னை
ஊரவர்கள் அறியாமல் உட்புகுந்தாய் என்மனதிலுள்ளே
எனக்காகவே இடர் சகித்தாயோ என்கண்ணே
ஏங்கும் நின்மனம் தனிவது என்னால்தானடி
ஐயமின்றி அரவணைத்துக்கொள் என்னவளே
ஒன்றில்லாமல் ஓடமாவோம் அமைதியான நநதியினிலே
ஓராயிரம் கான்கடப்பேன் கண்மனியின் கரம்பிடிக்க
காலை பனியினின்று மலர்ந்த ரோஜா மணம்
உடையாளே
நின்கோபத்தினால் சிவக்கின்றது பால்வண்ண மேனி
நின்கண்ணீர் துளிககளினால் ஏனோஎன் மனமுடைகிறது
ஆயிரம் ஊடல் கொண்டும் மனமோ
அலைகின்றது உனைமட்டுமே அன்றி வேறில்லை
தேசங்கள் பல நான் காண்பினும் என்
நேசித்தின் நாயகி நீதானடி என் கண்மனி

ரா.ரம்யா

மயக்கும் மந்திரம்

வாடாத தாமரையைக் காண
விரைந்தோடி செல்கையில் அகோரமாய் பசிக்க
அவளின் ஏழ்வண்ணங்களைக் கண்டு வியக்க
அவளின் புன்முறுவலில் நான் மெய்மறக்க
தெவிட்டாத அழகை தளராமல் ரசிக்க
விழியாலே செல்லப்போர் தொடுக்க
வீர புருவ வில்லேந்தி
தந்திர சிரிப்பைக் காட்டி
கண்ணக்குழியில் என்னைத் தள்ளி
என்னை மயக்கும் மணங்கொண்டு
மூக்குத்தி வெளிச்சத்தில் சுட்டெரிக்கையில்
தோற்று அவளை நான் ருசிக்க
அறுசுவை எழுசுவையாய் மாறி தித்திக்குதே..!

புனித்குமார் ச

மகரிகஸமகரி காதல் பைரவி

அவளை முதல்முறை காண்கயில் இசை வந்து
தொலைத்தது
மழை மெல்லச் சாரல்வீசி மண்வாடையில் பெண்வாடை
சேர்த்தது
அவளின் ஏகாந்தம் கோடிக்கவிஞரின் பாடுப்பொருள்.,
கோடியில் நானும் ஒருவனாய் தெருக்கோடியில்
அவளை
யாசகம் கேட்டேன்., அவள் மெல்ல அதிசயம் ஆனாள்
அமைதி களையக் குண்டூசி போதும் என்றால்
பேரீடியாய் இடிக்கின்றாள்
அவளை வர்ணிக்க வரிசைக்கட்டும் உவமைகளில்
தொகுத்தவை சில
கண்விரியும் கவிதையாய் இல்லைஇல்லை அவளை
எழுதியதால்
கவிதையாய் உங்கள் முன்னே இதோ..
மழை மேகத்தை ஒற்றை சென்டிமீட்டரில் சுற்றிய
கண்கள்
அவளின் கூந்தல் ஒவ்வொன்றும் என் காதல் செல்கள்
ஸ்பரிசம் தாமரை இதழின் பதத்தில் இழைத்து
தேய்தவை
முகமோ என் ஜீவிதத்தின் மொத்த சம்பாத்தியம்..!
முகம்

தீண்டும் தென்றலுக்கு சீக்கிரம் நகரச்சொல்லி
வழிகாட்டும் காது
உலகின் நல்ல இசைக்கோவைகளை
மொத்தமாய் தொகுத்த குரல்
அதை இசைக்கும் இசைகருவியாய்
எச்சில் ஊறும் இதழும் நாவும்..!
ஐயோ..! போதும் போதை
ஏற்றுகிறாள் அவளை அதிகம்
குடித்துவிட்டேன் கிறங்கடித்தது விட்டாள்

அன்பின் இரவல்

மாதரா!! மாயாவியா!!

மயிலது தோகைய விரிக்காமலே பேய் மழை பெய்யுது இங்கே!
வாசல் தாண்டி வந்த உன்னை போட்டி போட்டு பார்க்க மேகம் போடுது
சண்டை!அதில் ரத்தமெல்லாம் மழை முத்தமாக வந்து தொட்டது மண்ணை,
விரல் நீட்டி மின்னல் சுட்டது உன்னை! உழவனை பார்க்க வராத மழை உன்
ஒருவளைப் பார்க்க வந்தது, காய்ந்த உன்னுதடுக்கு நீரதை தந்தது!
கண்மையோ கனமழையில் கரைந்தொழுக, காற்றோ வந்தது மழையதனை
வழியனுப்பி வருடியது உன் கண்ணத்தை, மெல்ல திருடியது என்
உள்ளத்தை! வந்த சுவடே தெரியாமல் மழையை காற்று மறைத்தது,
கண்கட்டி உன்னை களவாடி கரைத்தது!
காய்ந்த தலை முடியும், காயாத உடையும் மெல்லக் காய மேகத்தின்
புறமிருந்து வந்தான் வெய்யோன், அள்ளித் தந்தான் செங்கதிர்
சூட்டை!ஆடுபுலி ஆட்டத்தில் காய் நகரும் இங்கிவள் கருவிழி ஆடினால் நவ
கிரகங்களும் நகர்கிறதே! சட்டென எழுந்தன சந்தேகம் எமக்கு, இவள்
மாதரா? மாந்திரீகம் கற்ற மந்திரப் பெண்ணா?

கவிஞர் சு. கந்தவேல்

யாழினது யாழ்

தேவன் தொகுத்து விதிகொடுக்க,மனிதன் இங்கே
பிறப்பெடுக்க,
தேன் மெழுகு மனம் ஏந்திய தேவதை- அவள்!..
சிதறி தெறிக்கும் சினமிருக்க அவளில்லை!..
அன்பு சிந்தும் குணமிருக்க அவளுண்டு!..
வர்ணம் பூசி வழிந்தோடும் செங்குருதி!..
யாசித்து வாழ்வினங்க யாழாய் வந்த யாசகமவள்!..
இயலி வந்தால் இறைவனும் புன்னகை மலராம்!..
தான் தன் வாழ்க்கை போராடி கழினும்,
வறன் பிரசமாய் பரிதல் ஆயினும்,
தனக்கொன்றும் தஞ்சமில்லை!..
தன்னலமற்ற ஈடு இணையற்ற குணம்,
இதயத்தில் ஓராயிரம் கணக்கு படர்ந்திருக்கு!...
மதுகை மனதினில் மன்னன் இரக்கம்
இவளோடு வளர்ந்த கொழுஞ்சோறு!..
ஆயுளில் இருந்து ராஜிநாமா செய்ய முடியா ராணி!..
தானம், தவம், ஈகை, ஒழுக்கம்
நான்கின் ஒளிரக் காய்ந்து
தீப்பிழம்பாய் பூத்த பூ -அவள்! ...
இப் பூ மீதினிலே ஒரு காதல் எனக்கு! ...

இவள்,

கலாம் நேசகி அபிதா!

யாதுமாகிய மாது அவள்

அதிசயம் ஒன்று பெண்ணாய் மாற
ரகசியம் யாவும் காதல் பேச
ராணியாய் நெஞ்சில் இவளே ஆள்கின்றாள்!..

அழகிய நிலவிவள் தரையில் நடக்க
நினைவுகள் முழுவதும் வானில் மிதக்க
கனவினில் வந்து காதல் சொல்கின்றாள்!..

பிரம்மை பிடிக்கும் அழகை படைத்து
பிரம்மன் இவளை உலகில் வடிக்க
எனது இதயம் அதைச்சிறையில் அடைக்கின்றாள்!..

மின்னல் இடிக்கும் விழிகள் நடிக்க
தேன்போல் ருசிக்கும் இதழ்கள் துடிக்க
மார்பில் என்னை மறைத்து எங்கேசெல்கின்றாள்?..

இவளின் பார்வை ஒன்றே போதும்
தாயைப் பார்த்த எண்ணம் தோன்றும்
கவிதை யாவும் தோற்கச் செய்கின்றாள்!!..

ராஜா பாபு

விவசாய பெண்ணவள்

ஆதவன் விழிக்கும் முன்பே

ஆர்வமாய் முழித்திடுவாள் ..

மாமனவன் காதலினை

மனமதிலே நிறைத்திடுவாள் ..

காளை சாணம் நாற்றத்துடன்

காலை கஞ்சியை குடித்திடுவாள் ..

நேத்து வச்ச நெல்லுசோற

தூக்குசட்டியில் கட்டிடுவாள் ..

சறுக்கி விழும் பாதையிலே

சாதகமாய் நடந்திடுவாள் ..

வயக்காட்டில் காலவச்சு

நாத்து ஒண்ணு நட்டிடுவாள் ..

மேகம் கறுத்தா மகிழ்ந்திடுவாள் ..

தன்சேய் பசியாறுவதாய் நினைத்திடுவாள் ..

விவசாய பெண்ணவள்..

ந.சுப்ரஜா

விடை சொல்லு

சிந்திடும் உன் இமைத்துளி
விழுந்திட்ட நொடியினில்
மடங்காத மனமும்
உன் இசை கேட்குதடி

மெல்லிடை மாயக்காரி
இடையசைத்து செல்லாதே
கண் சிவந்து குருதி மட்டும்
உச்சந்தலை தாவுதடி

தக்கோலம் ஏந்தி வரேன்
மணக்கோலம் போர்த்திகடி
சொல்லாத காலம் அதை
நிஜத்தினிலே அமைப்பேனே

விடை சொல்லு என்னவளே
மொழியில்லா வழியினிலே...

Samcb

(வி)சித்திரக்காரி

அழுக்கியாய் அடுப்படியில்,
அழகாய் புகைப்படங்களில்...

கண் கொத்தி பாம்பாய் சிலநேரங்களில்,
கண்டுகொள்ளாமல் பலநேரங்களில்....

அன்புக்காக அடிமையாகவும்
ஆட்சி செய்வதில் அரசியாகவும்..

நளினங்களுடன் என்னுடனும்,
வீரத்தோடு பிறரிடமும்...

கற்புக்காக எரிமலையாய்,
காதலுக்காக பனித்துளியாய்....

போராளியாய் எப்பொழுதோ,
பேராசைக்காரியாய் சில பொழுதும்...

சிணுங்கி கொஞ்சும் உதடுகளும்,
சிலையாய் மாறிய இருதயமும்...
அவளென்றும் ஓரதிசயம் தான்.

Anisha Nishad

வெண்ணிலா

எங்கு சென்றாலும் சரி
ஆறு மணிக்கெல்லாம்
வீடு திரும்பி விடு..!
அடக்கி வைக்கிறேன் என்று
மட்டும் எண்ணிவிடாதே,
எல்லோர் வீட்டிலும் ஆறு மணிக்கு
விளக்குதான் ஏற்றுவார்கள்.
அப்போதைக்கு வீட்டில் நீ இருந்தால்
நம் வீட்டில் மட்டும் வெண்ணிலவையே
ஏற்றிட முடியும்....

கேசவன்